வானம் நம் கையில்
(மனிதன் பறக்கக் கற்றுக்கொண்ட சாதனைக் கதை)

வானம் நம் கையில்

(மனிதன் பறக்கக் கற்றுக்கொண்ட சாதனைக் கதை)

எ**ன். சொக்கன்**

Title: Vaanam Nam Kaiyil
Author's Name: N Chokkan
Copyright © N Chokkan
Published by ZDP Specifics

(An imprint of Zero Degree Publishing)
No. 55(7), R Block, 6th Avenue,
Anna Nagar,
Chennai - 600 040

Website: www.zerodegreepublishing.com
E Mail id: zerodegreepublishing@gmail.com
Phone: 89250 61999

ZDP Specifics First Edition: January 2023
ISBN: 978-93-95222-22-8
TITLE NO ZDPS: 48

Cover Design & Layout: Vijayan, Creative Studio

1

பறத்தல்!

மனிதனின் மிகப்பெரிய கனவு, அன்றைக்கும், இன்றைக்கும், என்றைக்கும்.

காரணம், அவன் பறக்கப் பிறந்தவன் இல்லை. அதற்குத் தேவையான உடலமைப்போ உறுப்புகளோ அவனுக்கு இல்லை. அறிவியல்ரீதியில் பார்த்தால், அவனால் பறக்க இயலாது.

அதேசமயம், பகுத்தறிவும் மூளையும் இருக்கும்போது, அவனால் இயலாது என்று ஒரு விஷயத்தை யாரால் தடுக்க இயலும்? மனிதன் அதிலிருந்து விடுபட்டுப் பறக்க விரும்பினான், அதற்காக ஏங்கினான், அதற்காக உழைத்து வெற்றிபெற்றான். பலூன்கள் போன்ற எளிய முயற்சிகளில் தொடங்கி, ஹெலிகாப்டர், விமானம், ராக்கெட் என தொழில்நுட்பத்தைப் பயன்படுத்திக்கொண்டு, இப்போது ட்ரோன்கள்வரை மனிதன் பலவிதங்களில் வானை வசப்படுத்தியுள்ளான்.

குழந்தைக் கதைகளை எடுத்துப்பாருங்கள், பறக்காத கதாபாத்திரங்கள் உண்டா? மனிதனும் மாடும் சிங்கமும் புலியும், எல்லாமே பறப்பதுபோல் நினைத்துப்பார்ப்பதில் ஒரு மகிழ்ச்சி. மேலே பறக்கும்போது அங்கிருந்தபடி உலகைச் சின்னஞ்சிறியதாகப் பார்க்கிற குதூகலம்.

அதனால்தான், இப்போதும் மேலே பறக்கும் விமானத்தை வியப்போடு கவனிக்கிறோம், இத்தனைக்கும் தினசரி நூற்றுக்கணக்கான விமானங்கள் நமக்குமேல் பறந்துகொண்டுதானிருக்கின்றன. ஆனாலும், அது நம்மால் இயலாது என்று வரையறுக்கப்பட்ட ஒன்றல்லவா, அதை நாம் சாதித்திருக்கிறோம் என்கிற பெருமிதம் மனிதனுக்கு இருக்கும்தானே!

புராணக்கதைகளை எடுத்துப்பார்த்தால், பறக்கும் இயந்திரங்கள் நிறைய இருந்திருக்கின்றன. இவற்றில் சாதாரண மனிதர்களும் முனிவர்களும் அரசர்களும் மந்திரவாதிகளும் பறந்திருக்கிறார்கள்.

அவற்றை இயந்திரம் என்று சொல்வதுகூடத் தவறுதான், காரணம், அவற்றின் இயக்கவியலை யாரும் விளக்கவில்லை, பறக்கிற ஒரு பொருள், அவ்வளவுதான்.

உதாரணமாக, அரேபியக் கதைகளில் பறக்கும் கம்பளங்கள் வருகின்றன. மந்திரவாதிகள் துடைப்பக்கட்டைகளில் பறந்ததாகச் சொல்வார்கள், அவற்றில் எஞ்சினோ பெட்ரோலோ கிடையாது. மேலே ஏறி உட்கார்ந்தவுடன், அவை தானாகப் பறக்க ஆரம்பித்துவிடும். எங்கே செல்லவேண்டும் என்று சொன்னால், அங்கே கொண்டுபோய் நம்மை இறக்கிவிடும்.

சில கதைகளில் ஒட்டுமொத்த வீடும், அரண்மனையும் பறக்கும். 'முப்புரங்கள்' என்று சொல்லப்படும் மூன்று நகரங்கள் வானத்தில் பறந்துகொண்டிருந்ததாகவும், அவற்றைச் சிவபெருமான் அழித்ததாகவும் இந்துமத நம்பிக்கை.

பறக்கும் குதிரைகள், யானைகள் போன்றவற்றையும் புராணங்களில் பார்க்கலாம். அவற்றில் ஏறி கடவுள்கள் உலகைச் சுற்றிவந்து நிர்வகிப்பார்கள் என்று மனிதன் நம்பினான்.

அன்றைய அரசர்களிடம் 'புஷ்பகவிமானம்' எனப்படும் பறக்கும் கருவிகள் இருந்ததாகக் கதைகள் சொல்கின்றன. இவை தரையிலிருந்து எழுந்து பறப்பது, மீண்டும் தரையிறங்குவது போன்றவற்றையெல்லாம் நுட்பமாகக் கவிஞர்கள்

வர்ணித்திருக்கிறார்கள். ராமாயணம் போன்ற காப்பியங்களில் புஷ்பகவிமானங்கள் முக்கியமான பங்குவகிக்கின்றன.

புஷ்பகவிமானங்களிலும் பலவகைகள், ஒரே ஒருவர்மட்டும் செல்லக்கூடிய விமானங்களில் தொடங்கி, பல மாடிகளாக அமைந்த, நூற்றுக்கணக்கானோர் செல்லக்கூடிய பெரிய விமானங்கள்வரை உண்டு.

இவையெல்லாம், முழுக்கற்பனைகள்தானா? மனிதன் பறந்தான் என்பதைச் சொல்வதற்காகவும், ஓரிடத்திலிருந்து இன்னோரிடத்துக்கு விரைவாகச் சென்றதைக் காட்டுவதற்காகவும் தான் கவிஞர்கள் இந்தப் புஷ்பகவிமானங்களை உருவாக்கினார்களா? அல்லது, உண்மையிலேயே பறக்கும் இயந்திரங்களைத் தயாரிக்கிற அறிவு அன்றைக்கு இருந்ததா?

2

ஜனவரி 2015, மும்பை.

நூறு ஆண்டுகளுக்கு மேலாக நடைபெறும் இந்திய அறிவியல் காங்கிரஸ் வருடாந்திரக் கூட்டம். அதில், சமஸ்கிருதத்தில் அறிவியல்பற்றிச் சில ஆய்வறிக்கைகள் சமர்ப்பிக்கப்பட்டன.

அந்த ஆய்வறிக்கைகளில் ஒன்று, 'வைமானிக சாஸ்திரா' என்கிற பழங்கால நூலைப்பற்றியது. ஒரு விமானமோட்டியும், சமஸ்கிருதப் பட்டதாரி ஒருவரும் இணைந்து இந்த அறிக்கையைச் சமர்ப்பித்தார்கள்.

அதென்ன 'வைமானிக சாஸ்திரா?'

விமான சாத்திரம் என்று சொன்னால் ஓரளவு புரியும். விமானங்களை எப்படி உருவாக்குவது என்பதுபற்றி எழுதப்பட்ட பழங்கால நூலாம் அது பரத்வாஜ மகரிஷியால் எழுதப்பட்டதாம். அதன் அடிப்படையில் பழங்காலத்தில் நம்மவர்கள் விமானங்களை உருவாக்கி அங்குமிங்கும் பறந்துகொண்டிருந்தார்களாம்!

அதுவும், சாதாரண விமானங்களா? இன்றைய அதிநவீன விமானங்களைவிடச் சிறப்பாக இயங்கக்கூடிய விமானங்கள்!

8

இப்போது நாம் பார்க்கும் விமானங்கள் ஓர் ஊரிலிருந்து இன்னோர் ஊருக்குப் பறக்கும், நாடுவிட்டு நாடுசெல்லும், கண்டம்விட்டுக் கண்டம் செல்லும். ஆனால், அன்றைய விமானங்கள் ஒரு கிரகத்திலிருந்து இன்னொரு கிரகத்துக்குப் பறக்கக்கூடிய வல்லமை பெற்றிருந்தனவாம்.

நவீன விமானங்கள் முன்னோக்கிமட்டுமே செல்லும். ஆனால் அன்றைய விமானங்கள் வலம், இடம், முன்னே, பின்னே என எல்லாத் திசைகளிலும் செல்லும். அதற்கான நுட்பங்களை நம் முன்னோர் உருவாக்கியிருந்தார்களாம்.

இவை எல்லாம், வைமானிக சாஸ்திராவில் உள்ளன என்று அந்த ஆய்வறிக்கை பேசியது. இதன்மூலம், விமானத்துறையில் இந்தியாதான் முன்னோடி என்று நிறுவியது.

இந்த ஆய்வறிக்கைபற்றிய விவரங்கள் பத்திரிகைகளில் வெளியானதுதான் தாமதம், பல அறிவியலாளர்கள் கொதித்தெழுந்தார்கள், 'வைமானிக சாஸ்திரா என்பது பழைய நூலே அல்ல, சென்ற நூற்றாண்டில் யாரோ எழுதியது' என்றார்கள், 'அதுமட்டுமல்ல, அந்தப் புத்தகத்தில் உள்ள முறைகள் ஏற்கெனவே நன்கு ஆராயப்பட்டுவிட்டன, அதன்படி விமானங்களை உருவாக்கவே இயலாது, அப்படியே உருவாக்கினாலும் அவை பறக்காது.'

ஆக, நமது பழைய நூல்களில் உள்ள பறக்கும் விமானங்களைப் பற்றிக் கேள்விப்பட்ட யாரோ, அவை உண்மையில் எப்படி இயங்கியிருக்கும் என்று யோசித்திருக்கிறார்கள், அதை சமஸ்கிருதத்தில் எழுதி இந்த நூலை வெளியிட்டிருக்கிறார்கள், பிறகு, அது ஒரு பழங்கால நூல், பல நூறு வருடங்களுக்குமுன்னால் எழுதப்பட்டது என்று சொல்ல ஆரம்பித்துவிட்டார்கள், அதன்மூலம் விமானங்களைப்பற்றி நமக்கு ஏற்கெனவே தெரிந்திருந்தது என்று நிரூபிக்க முயற்சிக்கிறார்கள் என்பதுதான் இந்த விஞ்ஞானிகளின் வாதம்.

'வைமானிக சாஸ்திரா' நூல் இப்போது ஆங்கிலத்தில்கூடக் கிடைக்கிறது. உடையாத, நெருப்புப்பிடிக்காத, யாராலும்

அழிக்க இயலாத விமானங்களை உருவாக்குவது, விமானங்களை யாருக்கும் தெரியாதபடி ஒளிப்பது, எதிரிகளின் விமானங்களை வேவுபார்ப்பது, அவர்கள் வரும் திசையைக் கணிப்பது, எதிர்த்துத் தாக்கி அவர்களுடைய விமானங்களை அழிப்பது எனப் பல விவரங்கள் இதில் விளக்கமாகத் தரப்பட்டுள்ளதாகச் சொல்கிறார்கள். இதன்படி அன்றைய மனிதன் விமானங்களைச் செய்து பறந்தான் என்று நம்புகிறவர்கள் உண்டு.

ஆனால், அந்த விமானங்களுக்கான சிறிய சான்றுகள்கூட இப்போது இல்லை. இன்றைய மனிதன் பறக்கின்ற விமானங்கள் அனைத்தும், மிக எளிய கனவுகளாகத் தொடங்கி, படிப்படியாகத் தொழில்நுட்ப முன்னேற்றம் பெற்று பிரம்மாண்டமாக வளர்ந்தவை!

3

சிறுபிள்ளைகளுக்கு மிகவும் பிடித்த பொம்மைகளில் ஒன்று, விமானம்!

கையில் ஒரு விமான பொம்மை இருந்துவிட்டால், ஒவ்வொரு குழந்தையும் விமானிதான். நிஜமான விமானத்தையே ஓட்டுவதுபோல் அந்தக் குழந்தை மகிழும்.

ஆனால், ஆச்சர்யமான விஷயம், சில பொம்மைகளைப் பார்த்துதான் நிஜமான விமானமே செய்யப்பட்டது என்கிறது சரித்திரம்.

உதாரணமாக, பட்டம், பறக்கும் பூச்சி பொம்மை, பலூன்... இவையெல்லாம்தான் விமானத்தின் முன்னோடிகள். இவற்றைப் பார்த்தபிறகுதான் மனிதனுக்குப் பறக்கும் சாதனம் செய்கிற ஆர்வமே வந்தது.

நீங்கள் பட்டம் விட்டிருக்கிறீர்களா?

இல்லையென்றால், உடனே கற்றுக்கொள்ளுங்கள். வண்ணமயமான பட்டத்தைச் செய்வதும், அதை வானத்தில் பறக்கவிடுவதும் சுழற்றுவதும் ஆனந்தமான பொழுதுபோக்குகள்.

நண்பர்கள், பெரியவர்களுடைய உதவி கிடைத்தால் ஐமாய்த்துவிடலாம்!

ஆனால், பட்டம் என்பது வெறும் விளையாட்டுப் பொம்மை மட்டுமல்ல. மனிதனின் பறக்கும் கனவைத் தொடங்கிவைத்த ஆரம்பகால விஷயங்களில் ஒன்று அது.

பலநூறு ஆண்டுகளுக்கு முன்னாலேயே சீனாவில் பட்டங்கள் பறக்கவிடப்பட்டன. விதவிதமான பறவைகள், கற்பனைக் கதாபாத்திரங்களின் வடிவங்களில் அந்தப் பட்டங்கள் அமைந்திருந்தன.

அந்தப் பட்டங்கள் பறப்பதைப் பார்த்த மனிதன், 'இதுபோல் தன்னாலும் பறக்க இயலுமா?' என்று யோசித்திருப்பான். சிலர் நிஜமாகவே பட்டத்தில் தன்னைக் கட்டிக்கொண்டு பறக்க முயற்சி செய்திருந்தாலும் ஆச்சர்யப்படுவதற்கில்லை.

ம்ஹ்ஹம், அந்த அளவு மனிதன் முட்டாளாகவா இருந்திருப்பான்! யாராவது பட்டத்தில் தன்னைக் கட்டிக்கொண்டு பறக்க இயலுமா?

நிச்சயம் இயலாது. அது இப்போது நமக்குத் தெரிகிறது. ஆனால், அன்றைய மனிதனுக்கு அது தெரிந்திருந்ததா?

ஆரம்ப காலத்திலிருந்தே மனிதன் ஏதேதோ விநோதமான வகைகளில் பறக்க முயன்றிருக்கிறான். தன்னுடைய உடல்முழுவதும் இறக்கைகளை ஒட்டிக்கொண்டும் கட்டிக் கொண்டும் பெரிய கட்டடங்களின் மேலிருந்து குதித்து, கை, கால்களை உதறிக்கொண்டு பறக்கப்பார்த்திருக்கிறான்.

ஆனால், உண்மையில் 'பறப்பது' என்றால் என்ன என்று மனிதனுக்குத் தெரிந்திருக்கவில்லை. தன்னுடைய உடலில் இறக்கைகளை ஒட்டிக்கொள்வதால்மட்டும் பறக்கும் சக்தி வந்துவிடாது, அதற்கு ஏற்ற உடலமைப்பு தனக்கு இல்லை என்று அவனுக்குப் புரியவில்லை.

ஆகவே, அவன் முட்டாள்தனமாகப் பறவைகளைக் காப்பியடிக்க முயன்றான். இந்த முயற்சியில் தோற்றுப்போய் தோல்வியைத் தழுவிய பலர் காயமடைந்தார்கள், சிலர் இறந்துபோனார்கள்.

அப்போதும், மனிதன் பறக்கும் விருப்பத்தை நிறுத்தவில்லை. தொடர்ந்து இதைப்பற்றி ஆராய்ந்துகொண்டிருந்தான் அவன்.

டாவின்சி தெரியுமா? 'மோனலிசா' புகழ் ஓவியர்தான். அவர் மனிதனைப் பறக்கவைப்பதற்காக ஒரு வடிவமைப்பை உருவாக்கினார். ஆனால், அதை அவர் முயன்றுபார்க்கவில்லை. ஒருவேளை முயன்றிருந்தாலும், அவரால் பறக்க இயன்றிருக்காது.

இந்த நேரத்தில் பலவிதமான பறக்கும் பொம்மைகள் உருவாக்கப்பட்டன. உதாரணமாக, மூங்கில்-காப்டர்.

ஹெலி-காப்டர் மாதிரியேதான், ஆனால், இது மூங்கிலால் செய்யப்பட்ட பழைய பொம்மை. இதில் இரண்டு இறக்கைகள் இருக்கும், கீழே ஒரு நீண்ட குச்சி இருக்கும்.

அந்தக் குச்சியை நீங்கள் வேகமாகச் சுழற்றிவிட்டால், இறக்கைகளின் உதவியுடன் இந்தப் பொம்மை மேலே எழுந்து பறக்கும். இதுபோன்ற பொம்மைகளை நீங்கள் இப்போதும் பார்க்கலாம்.

முதன்முதலாக மூங்கில்-காப்டர் பறந்ததைப்பார்த்த மனிதனுக்கு, மீண்டும் அதே பழைய ஆசை தோன்றியது, 'நானும் இதுபோல் பறக்கவேண்டுமே!'

இறக்கைகளை ஒட்டிக்கொண்டு தன்னால் பறக்க இயலாது என்பது ஒருவழியாக மனிதனுக்குப் புரிந்திருக்கவேண்டும். அவன் வேறு வழிகளை முயற்சி செய்ய ஆரம்பித்தான்.

இப்போது அவனுக்குப் பலரூன்கள் கைகொடுத்தன!

4

இன்றைக்குக் குழந்தைகளுக்குச் சர்வசாதாரணமாகக் கிடைக்கிற விளையாட்டுப் பொம்மையான பலூனின் வயது, சில நூற்றாண்டுகள்!

ஆரம்பத்தில் மிருகங்களின் சில உடலுறுப்புகளைச் சுத்தப்படுத்திப் பலூனாக்கினார்கள், பிறகுதான் இப்போது கடைகளில் கிடைக்கிற ரப்பர் பலூன்கள் கண்டறியப்பட்டன. ஆனால், குழந்தைகள் விளையாடவேண்டும் என்பதற்காகத்தான் இப்படியொரு விஷயத்தை மெனக்கெட்டு உருவாக்கினார்களா?

ம்ஹும், இல்லை, ஆரம்பத்தில் பலூன்கள் வேறொரு முக்கிய நோக்கத்துக்காகப் பயன்படுத்தப்பட்டன: பாதுகாப்பு!

அப்போதெல்லாம் செல்ஃபோன், ஈமெயிலெல்லாம் கிடையாதே, ராணுவத்தினர் முக்கியமான விவரங்களைப் பகிர்ந்துகொள்வதற்காக ஒரு வித்தியாசமான பலூனைப் பயன்படுத்தினார்கள். அவற்றை 'கோங்மிங் லாந்தர்' என்று அழைத்தார்கள். 'லாந்தர்' என்ற பெயரை எங்கோ கேள்விப்பட்டதுபோல் இருக்கிறதா? உங்களில் சிலர் வீட்டில் அந்தப் பெயரில் ஒரு விளக்கு இருக்கலாம். இந்த அளவுக்கு

மின்சாரம் பரவலாகக் கிடைப்பதற்குமுன்னால் நமக்கெல்லாம் ஒளிதந்துகொண்டிருந்த ஒருவகை விளக்குதான் அது.

'கோங்மிங் லாந்தர்' கூட, ஒரு விளக்குமாதிரிதான். காகிதத்தில் செய்த பலூன், அதற்குள் ஒரு விளக்கு. அது மேலே எழுந்து பறக்கும்!

இது எப்படிப் பறக்கும் என்றெல்லாம் கேள்வி கேட்கக்கூடாது, சரியானபடி வடிவமைத்தால் பறக்கும், காரணம், அதற்குள் இருக்கிற விளக்கு!

அந்த விளக்கு எரியும்போது, அதிலிருந்து வரும் வெப்பம் காற்றைச் சூடாக்கும், காற்றின் அடர்த்தி குறையும், ஆகவே, பலூன் மேலே பறக்கும்.

ஒருவேளை விளக்கு அணைந்துவிட்டால்?

அவ்வளவுதான். காற்று சூடாகாது, பலூன் பொத்தென்று கீழே விழுந்துவிடும். ஆக, இந்த பலூனைவைத்துத் தொலைதூரத்தில் உள்ளவர்களுக்கு வான்வழியே செய்தி சொல்லலாம், மனிதர்கள் பறக்க இயலாது. அப்போதைய சீனர்களுக்குப் பலூனில் பறக்கும் ஆசையெல்லாம் இல்லைபோல. அதன்பிறகு நெடுநாள்கழித்து, ஐரோப்பாவில்தான் பலூனைக்கொண்டு பறக்கும் முயற்சிகள் நடைபெற்றன.

இப்போது, பலூனுக்குள் விளக்கு எதுவும் இல்லை. அதற்குப்பதிலாக, காற்றைச் சூடாக்கி அதற்குள் அடைத்து விட்டார்கள், அல்லது, ஹைட்ரஜன்போன்ற ஒரு வாயுவை அடைத்தார்கள், அதைக்கொண்டு அந்த பலூன்கள் மேலே எழுந்து பறந்தன.

இதைப் பார்த்ததும், மனிதனுக்குள் இருந்த பறக்கும் கனவு விழித்தெழுந்திருக்கவேண்டும், இந்த பலூனை வைத்து நாம் பறக்கலாமோ என்று அவன் யோசிக்கத்தொடங்கினான். ஆனால், அப்படி அவசரப்பட்டு மனிதனை பலூனில் அனுப்பிவிட இயலாது, நிஜமாகவே அது பாதுகாப்பான

பயணம்தானா என்று உறுதிசெய்யவேண்டும். அதற்கு உதவியவை: ஓர் ஆடு, ஒரு வாத்து, ஒரு சேவல்!

1783ம் ஆண்டு, இந்த மூன்று பிராணிகளையும் தூக்கிக்கொண்டு ஒரு பலூன் பறந்தது, பத்திரமாகத் தரையிறங்கியது. அவை மூன்றுக்கும் நன்றிசொல்லிவிட்டு, தானே பலூனில் பறக்கும் முயற்சிகளைத் தொடங்கினான் மனிதன்!

அதே ஆண்டில், முதன்முறையாக மனிதன் பலூனில் பறந்தான். இந்தச் சாதனையை நிகழ்த்திய பலூனை உருவாக்கியவர்கள், ஜோசஃப்-மைக்கேல், ஜாக்வெஸ்-எடியென என்ற சகோதரர்கள்!

அவர்களுடைய பலூன் இருபத்தைந்து நிமிடம் பறந்தது, இன்றைய விமானங்களின் திறனுடன் ஒப்பிடும்போது, இது மிகச்சாதாரணமான விஷயம்தான், ஆனால், இதன்மூலம் மனிதனுடைய பல நூற்றாண்டுக் கனவு நிஜமானதைக் கவனிக்கவேண்டும்.

அதன்பிறகு, பலவிதமான பலூன்கள், அவற்றைப் பறக்கவிடும் நுட்பங்கள் கண்டறியப்பட்டன, அவற்றில் பலர் நெடுந்தூரம் பறந்தார்கள், அவற்றின்மூலம் கடலைக் கடந்தவர்கள்கூட உண்டு.

ஆனால் இப்போது, அந்தப் பறக்கும் பலூன்கள் வெறும் விளையாட்டுப் பொம்மைகளாகத்தான் இருக்கின்றன, பெரும்பாலும் பொழுதுபோக்கு, விளம்பரத்துக்காகப் பயன்படுத்தப்படுகின்றன.

இன்னொரு பக்கம், ராணுவம், அறிவியல் ஆராய்ச்சி போன்றவற்றிற் காகவும் இந்தப் பறக்கும் பலூன்களை உபயோகப்படுத்துகிறார்கள். அந்தவிதத்தில், அவை கண்டுபிடிக்கப்பட்ட நோக்கம் இன்னும் நிறைவேறிக்கொண்டுதானிருக்கிறது.

இதனிடையே, பலூனில் பறந்து ருசிகண்ட மனிதன், அடுத்தகட்டத்துக்கு நகர்ந்தான்!

5

முதன்முதலாக எழுத்தைக் கண்டுபிடித்த ஒரு மனிதன் என்ன நினைத்திருப்பான்?

'ஐ! ஜாலி!' என்றுதான் நினைத்திருப்பான். விதவிதமான எழுத்துகளை, உருவங்களைக் குகைச்சுவர்களில், பாறைகளில், மரப்பட்டைகளில் வரைந்துபார்த்து மகிழ்ந்திருப்பான். அவற்றைப் பிறருக்குக் காட்டியிருப்பான்.

எழுத்து, வாசிப்பு என்பவை உலகையே மாற்றிவிடக்கூடிய கண்டுபிடிப்புகள் என்று அவனுக்குத் தெரிந்திருக்குமா? நாளைய மனிதர்கள் பள்ளிக்குச் சென்று எழுதப்படிக்கத் தெரிந்துகொள்வார்கள், எழுத்துகளைக்கொண்டு பெரிய காவியங்களை உருவாக்குவார்கள், சரித்திரத்தைப் பதிவு செய்வார்கள், தொழில்நுட்பங்களைப் பகிர்ந்துகொள்வார்கள், எழுத்தின்மூலம் அடிமைகளுக்குச் சுதந்திரம் கிடைக்கும், மருத்துவ உண்மைகள், தத்துவங்கள், நன்னெறிகள் எல்லாருக்கும் சென்றுசேரும்... இதையெல்லாம் அவன் கற்பனையாவது செய்திருப்பானா?

எந்தக் கண்டுபிடிப்பும், ஒரு மகிழ்ச்சியான விஷயமாக, கனவை நிஜமாக்கிச் சந்தோஷப்படுவதாகவே தொடங்கும், அதனால் என்ன பயன் என்பது பின்னால்தான் தெரியவரும்.

பறப்பதும் அப்படித்தான். ஆரம்பத்தில் மனிதன் மகிழ்ச்சிக்காகத்தான் பறக்க எண்ணினான். அதைவைத்து உலகெங்கும் பயணம்செய்யலாம், தொழில்நடத்தலாம், மாணவர்கள் பல நாடுகளுக்குச்சென்று படிக்கலாம், புதிய இடங்களை அறிந்துகொள்ளலாம், விண்வெளிக்கே சென்று ஆராய்ச்சிகள் செய்யலாம் என்றெல்லாம் அப்போது அவன் எண்ணியிருக்கவில்லை. பறந்தால் மகிழ்ச்சி, அவ்வளவுதான் அவனுடைய ஆசை!

அதேசமயம், அறிவியலாளர்கள் தங்களுடைய காலத்தைக்கடந்து சிந்தித்தார்கள். 'இப்போது நான் கண்டுபிடிக்கப்போகும் விஷயம் இன்னும் பல ஆண்டுகள் கழித்து எல்லாருக்கும் பயன்படும்' என்கிற கனவோடு இருந்தார்கள். அந்தக் கனவை மற்றவர்களுக்கு, குறிப்பாக அன்றைய அரசர்களுக்கு எடுத்துச்சொன்னார்கள்.

அறிவியல் கனவை அரசர்களுக்கு ஏன் சொல்லவேண்டும்?

அவர்களிடம்தானே காசு இருந்தது! அவர்கள் ஒரு திட்டத்தின் மீது நம்பிக்கை வைத்து நிதி உதவி செய்தால்தானே அதை நிஜமாக்க இயலும்!

இம்மானுவேல் ஸ்வீடன்பொர்க் என்ற ஓர் அறிவியலாளர். இவருடைய பெயரில் உள்ள 'ஸ்வீடன்' நாட்டில் பிறந்தவர். நெதர்லாந்து, ஃப்ரான்ஸ், ஜெர்மனி, இங்கிலாந்து போன்ற பல நாடுகளுக்குச் சென்று இயற்பியல், இயக்கவியலெல்லாம் படித்தவர், அதன்பிறகு, பல கனவுகளோடு தன்னுடைய நாட்டுக்குத் திரும்பினார். அந்நாட்டின் அரசரைச் சந்தித்துத் தன்னுடைய திட்டங்களைச் சொன்னார்.

'எல்லாம் சரி, உங்களுக்கு என்ன வேணும்?' என்றார் அரசர்.

'நம்ம நாட்டுல இதுமாதிரி ஆராய்ச்சியெல்லாம் நடத்தறதுக்கு ஓர் ஆய்வுக்கூடம் அமைக்கணும். அதுக்கு அரசர்தான் உத்தரவுபோடணும்.'

'பார்க்கலாம்' என்றார் அரசர். ஆனால், இம்மானுவேல் கேட்டதைச் செய்துதரவில்லை. ஏதோ ஒன்றிரண்டு அரசாங்கப் பொறுப்புகளில் அவரை அமரவைத்தார், அவ்வளவுதான்.

சரியான வாய்ப்புக்கிடைக்காத நிபுணர்கள் என்ன செய்வார்கள்? தங்களுடைய கனவுகளை எழுதிப் பதிவுசெய்வார்கள், அதன்மூலம் இப்போது இல்லாவிட்டாலும் எப்போதாவது அக்கனவுகள் நிஜமாகும் என நம்புவார்கள்.

இம்மானுவேல் அதைத்தான் செய்தார். 'Daedalus Hyper-boreus' என்ற தலைப்பில் பல அறிவியல், இயக்கவியல் கண்டுபிடிப்புகளைப்பற்றி எழுதத்தொடங்கினார்.

சரியாக முன்னூறு ஆண்டுகளுக்குமுன்னால், அதாவது 1716ல் அவர் 'Flying Machine' என்ற குறிப்பை வெளியிட்டார். அதை அவர் தன்னுடைய சக கண்டுபிடிப்பாளர்கள் சிலரிடம் பகிர்ந்து கொண்டபோது, அவர்கள் விழுந்து விழுந்து சிரித்தார்கள், 'பறக்கும் இயந்திரமா? சான்ஸே இல்லை!' என்றார்கள்.

'உங்க மனசெல்லாம் மூடிக்கிடக்கு' என்று கோபப்பட்டார் இம்மானுவேல், 'இன்னிக்கு என்ன இருக்கோ அதைவெச்சு நீங்க நாளைய உலகத்தைக் கணிக்கறீங்க, அறிவியல் கண்டுபிடிப்புகளெல்லாம் முடிஞ்சுபோச்சா? இனிமே வர்றவங்க எதையும் கண்டுபிடிக்கவேமுடியாதா? பறக்கற ஓர் இயந்திரம் சாத்தியமில்லைன்னு எதைவெச்சுச் சொல்றீங்க? அதற்கான தொழில்நுட்பம் இப்போ இல்லாமலிருக்கலாம், இனி எப்போதும் வராதுன்னு நீங்க எப்படித் தீர்மானிக்கலாம்?'

இம்மானுவேலின் கற்பனையை நம்பாதவர்கள் அவரை நேரடியாகக் கேட்டார்கள், 'உங்ககிட்ட பறக்கும் இயந்திரம் இருக்கா?'

'இப்போ இல்லை!' என்றார் இம்மானுவேல், 'ஆனா, அப்படி ஓர் இயந்திரத்தை உருவாக்கமுடியும்ன்னு எனக்கு நம்பிக்கை இருக்கு!'

அதற்காக, ஒரு விரிவான வரைபடமும் வரைந்துவைத்திருந்தார் இம்மானுவேல். அதில் ஒரு பெரிய இறக்கை, இயந்திரத்தைச் செலுத்துபவர் அமர்வதற்கான இடம், அதனைப் பறக்கச்செய்வதற்கான ஏற்பாடுகள், தரையில் இறக்குவதற்கான வசதிகள் என எல்லாமே இருந்தன.

ஆனால், இவை எல்லாம் படத்தில்தான் இருந்தன. நிஜத்தில் அப்படி ஓர் இயந்திரத்தை உருவாக்கும் வசதியோ வாய்ப்போ இம்மானுவேலுக்கு அமையவில்லை.

சொல்லப்போனால், தன் இயந்திரம் பறக்காது என்று அவருக்குத் தெரிந்திருந்தது, 'ஆனால், வருங்காலத்தில் பறக்கும் இயந்திரம் ஒன்று கண்டிப்பாக உருவாகும். அவர்களுக்கு இந்த வரைபடமும் குறிப்புகளும் உதவும்' என்றார்.

அவர் நினைத்ததுபோலவே, பறக்கும் இயந்திரங்கள் பின்னர் உருவாகின. ஆனால், இம்மானுவேலின் வரைபடமோ குறிப்புகளோ அதற்குப் பயன்படவில்லை.

அதற்காக, இம்மானுவேலைத் தோல்வியடைந்த விஞ்ஞானியாகக் கருதிவிடக்கூடாது. அவர் வாழ்ந்த காலகட்டத்தில் அவருக்குக் கிடைத்த அறிவையும் கற்பனைத்திறனையும்கொண்டு இப்படி ஓர் இயந்திரத்தை அவர் சிந்தித்ததே பெரிய விஷயம். அவருடைய தோள்களில் ஏறிதான் அடுத்தடுத்து வந்த விஞ்ஞானிகள் சாதித்தார்கள், அறிவியல் எப்போதும் இப்படித்தான் இயங்குகிறது!

6

'ஐயா, எனக்குப் பயமாக இருக்கிறது!' என்றார் அவர்.

பின்னே? தரையில் சாதாரணமாக வண்டியோட்டிக் கொண்டிருந்தவரைப் பிடித்து விமானம் ஓட்டச்சொன்னால் எப்படி?

அதுவும் இன்றைய நவீன விமானம் அல்ல. விமானம் என்கிற ஒன்று முறையாகக் கண்டுபிடிக்கப்படுவதற்கு இன்னும் அரைநூற்றாண்டுகாலம் இருந்தது.

ஆனால் அதற்குள், சர் ஜார்ஜ் கேலே என்பவர் ஒரு 'விமான'த்தை உருவாக்கியிருந்தார். அது வெற்றிகரமாக வானில் பறக்கும் என்று நம்பினார்.

அதற்கு நான்கு ஆண்டுகளுக்கு முன்பாகவே அவர் ஒரு 'விமான'த்தை உருவாக்கிப் பறக்கவிட்டிருந்தார், அதில் பத்துவயதுச் சிறுவனொருவன் பயணம் செய்திருந்தான்.

அந்த விமானம் சில அடிதூரம்தான் சென்றது. ஆனால், அது ஜார்ஜுக்குப் பெரிய உந்துதலைத் தந்திருந்தது. தனது ஆராய்ச்சியை இன்னும் ஆர்வத்துடன் மேற்கொண்டு,

இந்தப் புதிய விமானத்தை உருவாக்கியிருந்தார். அதைப் பறக்கச்செய்வதற்காகத் தன்னுடைய ஓட்டுநரின் உதவியை நாடினார்.

'ஐயா, எனக்கு வண்டிதான் ஓட்டத்தெரியும்' என்று மறுத்தார் அந்த ஓட்டுநர்.

'இதுவும் ஒரு வண்டிமாதிரிதான், சும்மா ஓட்டுங்கள்!' என்றார் ஜார்ஜ்.

அவருக்கு என்ன அப்படியொரு பிடிவாதம்? ஓர் உயிரோடு விளையாடவேண்டுமா? அதற்குப் பேசாமல் ஆளில்லாத விமானத்தை ஓட்டிப் பயிற்சியெடுக்கலாமே!

அதெப்படி? ஆளுள்ள விமானத்தை வடிவமைப்பதுதானே அவருடைய நோக்கம்!

அதற்காக ஐந்து ஆண்டுகள், பத்து ஆண்டுகள் அல்ல, ஐம்பதுக்கும் மேற்பட்ட ஆண்டுகள் உழைத்தார் ஜார்ஜ் கேலெ. அவருக்கு முன்னால் மனிதனால் பறக்க இயலும் என்று கனவுகண்டவர்கள் பலர் உண்டு. அதற்காகப் பலவிதமான கருவிகளைக் கற்பனைசெய்தவர்கள், வரைந்துபார்த்தவர்கள் உண்டு. அவர்கள் யாராலும் நிஜமான விமானமொன்றை உருவாக்க இயலவில்லை. அதற்கு மிக அருகில் வந்தவர் ஜார்ஜ் கேலெதான்.

ஆனால், நமது பாடப்புத்தகங்களில் விமானத்தைக் கண்டுபிடித்தவர்கள் ரைட் சகோதரர்கள் என்றுதானே குறிப்பிடப்பட்டிருக்கிறது?

உண்மைதான். ஆனால், அந்த ரைட் சகோதரர்கள் விமானத்தை வெற்றிகரமாகப் பறக்கவிட்டுக் காட்டியபிறகு, அவர்களில் ஒருவரான வில்பர் ரைட் என்ன சொன்னார் தெரியுமா?

'சுமார் நூறாண்டுகளுக்கு முன்னால், சர் ஜார்ஜ் கேலெ என்ற ஆங்கிலேயர்தான் இந்த அறிவியலைப் பெரும் உயரத்துக்குக் கொண்டுசென்றார். அதற்குமுன் எவரும் அத்துணை உயரத்தை

தொட்டதில்லை, அவருக்குப்பிறகும்கூட, அந்த உயரங்களை யாராலும் எட்டிப்பிடிக்க இயன்றதில்லை.'

அதாவது, விமானத்தை உருவாக்குவதற்கான சரியான தொழில்நுட்பமும் கருவிகளும் அமைவதற்கு நூறாண்டு முன்பாகவே ஒருவர் அதைப்பற்றித் தெளிவாகச் சிந்தித்துவிட்டார், அதற்கான வரைபடங்களையும் உருவாக்கிவிட்டார். எப்பேர்ப்பட்ட தொலைநோக்கு அவருடையது!

ஜார்ஜின் படங்களை இன்றைக்கு நாம் பார்க்கும்போது, சும்மா குழந்தை வரைந்ததைப்போல்தான் இருக்கும். ஆனால், *Aerodynamics* எனப்படுகிற காற்றியக்கவியலைப்பற்றி முதன்முறையாகச் சிந்தித்து, அந்தக் காற்றில் ஒரு விமானம் பறக்கவேண்டுமானால் அது என்னவிதமான விசைகளுக்கு ஆட்படும் என்று கண்டறிந்து, அந்த விசைகளில் எவையெல்லாம் விமானம் பறக்க உதவும், எவையெல்லாம் அதைத் தடுக்கும் என்று யோசித்து, அவற்றைத் தனக்குச் சாதகமாக மாற்றிக்கொள்வது எப்படி என்று கணக்கிட்டு... மனிதனைப் பறத்தலுக்கு மிகப் பக்கத்தில் கொண்டுவந்தவர் ஜார்ஜ் கேலெ. அதனால்தான், 'பறத்தலின் தந்தை' என்று அவர் போற்றப்படுகிறார்.

அன்றைக்கு ஜார்ஜ் உருவாக்கிய விமானத்தில் ஒரு நிலையான பிரதான இறக்கை, வால்பகுதி, உடற்பகுதி, விமானி உட்கார்வதற்கான பகுதி, விமானத்தைச் செலுத்துவதற்கான கருவி ஆகியவை காணப்பட்டன. நூறாண்டுகள் கழித்து ரைட் சகோதரர்கள் வெற்றிகரமாக உருவாக்கிய விமானமும் கிட்டத்தட்ட இதேமாதிரிதான் இருந்தது. சொல்லப்போனால், இன்றைய நவீன விமானத்தின் அடிப்படைக் கட்டமைப்புகூட இப்படித்தான் இருக்கும்.

ஒரே பிரச்னை, ஜார்ஜ் அப்போது உருவாக்கிய விமானம் முழுமையானதல்ல, அதனால் சிறிதுதூரம் பறக்க இயன்றது, ஆனால், அது ஒரு பரிசோதனை நிலைதான், அந்த விமானத்தை இன்னும் நிறைய மேம்படுத்தவேண்டியிருந்தது, விரும்பிய திசையில் அதனைச் செலுத்தி வேகத்தை, உயரத்தை,

சமநிலையைக் கட்டுப்படுத்தி, மனிதனைப் பாதுகாப்பாகப் பறக்கச்செய்வதற்கான அனைத்துத் துணைக்கருவிகள், தொழில்நுட்பங்களும் உருவாவதற்குக் கிட்டத்தட்ட நூறு ஆண்டுகள் தேவைப்பட்டன.

உதாரணமாக, விமானத்தைச் செலுத்துவதற்கான எஞ்சினைப்பற்றி ஜார்ஜ் பல ஆண்டுகள் ஆராய்ந்தார். அப்போது புழக்கத்தில் இருந்த நீராவி எஞ்சின்கள் மிகவும் கனமானவை என்பதால், அவற்றை விமானத்தில் பயன்படுத்த இயலாது என்று அவருக்குப் புரிந்தது. அதற்கு என்னவிதமான எஞ்சின் தேவைப்படும் என்று தெளிவாகத் தெரிந்துவைத்திருந்த அவர், தானே அதனை உருவாக்க முனைந்தார், அதற்காகப் பல ஆய்வுகளை நிகழ்த்தினார்.

ஒருவழியாக, விமானத்துக்கு ஏற்ற ஓர் எஞ்சின் இன்னொருவரால் கண்டறியப்பட்டபோது, ஜார்ஜ் முதியவராகியிருந்தார். ஒருவேளை அந்த எஞ்சின் சில ஆண்டுகளுக்கு முன் அவருக்குக் கிடைத்திருந்தால், அவரது விமானம் வெற்றிகரமாகப் பறந்திருக்கலாம்!

அதனால் என்ன? எல்லாவற்றையும் ஒருவரே கண்டறியவேண்டும் என்று கட்டாயமா? ஒவ்வொருவருடைய கண்டுபிடிப்பும் ஒட்டுமொத்த மனிதகுலத்தை ஒருபடி முன்னே நகர்த்துவதுதானே சுவாரஸ்யம்!

7

'பறவையைக் கண்டான், விமானம் படைத்தான்' என்கிறது ஒரு பழைய பாடல்.

அது கற்பனையல்ல, நிஜமாகவே பறவையைக்கண்டுதான் மனிதன் விமானத்தை உருவாக்கினான். இன்றைய நவீன விமானமும்கூட, வடிவமைப்பில் கிட்டத்தட்ட பறவையைப்போல்தான் இருக்கிறது.

ஆகவே, விமானத்தின் கண்டுபிடிப்பை நாம் நெருங்கிக் கொண்டிருக்கிற இந்த நேரத்தில், ஒரு பறவை எப்படிப் பறக்கிறது என்ற நுட்பத்தைத் தெரிந்துகொள்வோம், அப்போதுதான் விமானம் எப்படிப் பறக்கிறது என்பது நமக்குப் புரியும்.

அதற்குமுன்னால், நாம் ஏன் பறக்காமலிருக்கிறோம்?

பூமியிலிருந்து நம்மால் மேலே எழ இயலுவதில்லை. அதனால் தரையிலேயே நிற்கிறோம்.

மனிதர்கள் மட்டுமல்ல, ஒரு கல்லைக்கூடப் பூமியில் போட்டால் அங்கேயேதான் கிடக்கும், மேலே வீசி எறிந்தாலும் கீழே வந்துவிடும். அது பறப்பதில்லை. இதற்குக் காரணம், பூமி

எதையும் தன்னைநோக்கி இழுக்கிறது, அதற்குப் புவியீர்ப்புவிசை என்று பெயர்.

ஆக, பறவைகளோ மனிதனோ விமானமோ கல்லோ, இந்தப் புவியீர்ப்புவிசையைமீறி மேலே செல்லவேண்டும், அப்போதுதான் பறப்பதைப்பற்றி யோசிக்கவே இயலும்.

அந்த எதிர்விசை எப்படிக் கிடைக்கும்?

அதற்கு நாம் இரண்டு அறிவியல் அடிப்படைகளைப் புரிந்துகொள்ளவேண்டும்: வேகம், அழுத்தம். வேகம் என்பது ஒரு பொருள் எவ்வளவு விரைவாகச் செல்கிறது என்பதைக் குறிக்கிறது. உதாரணமாக, பேருந்து வேகமாக ஓடுகிறது, ஆறு வேகமாகப் பாய்கிறது, காற்று வேகமாக அடிக்கிறது...

திரவங்களுக்கும் வாயுக்களுக்கும் அழுத்தம் என்ற இன்னொரு பண்பும் உண்டு. 'காற்றழுத்தம்' என்று கேள்விப்பட்டிருப்போம், அதேபோல் நீருக்கும் அழுத்தம் இருக்கிறது.

இந்த அழுத்தம் எல்லா இடங்களிலும் ஒரேமாதிரி இருக்காது. சில இடங்களில் அதிகமாகவும், சில இடங்களில் குறைவாகவும் இருக்கும். உதாரணமாக, உங்கள் வீட்டில் உள்ள காற்றின் அழுத்தம் வேறு, ஒரு பதினைந்து மாடிக் கட்டடத்தின் மொட்டைமாடியில் உள்ள அழுத்தம் வேறு, எவரெஸ்ட் சிகரத்தின் உச்சியில் உள்ள அழுத்தம் வேறு, இதேபோல் கடலுக்குள் செல்லச்செல்ல நீரின் அழுத்தம் அதிகரிக்கும்.

இந்த வேகத்துக்கும் அழுத்தத்துக்கும் தொடர்பு உண்டு. வேகம் கூடினால் அழுத்தம் குறையும்.

உதாரணமாக, ஒரு பெரிய குழாயின் மத்தியில் ஓரிடத்தில்மட்டும் குறுகலான பகுதி இருக்கிறது என்று வைத்துக்கொள்வோம். அந்தக் குழாயில் ஓடும் நீர் அந்தக் குறுகலான பகுதியில்மட்டும் அதிகவேகத்தோடு ஓடும், ஆகவே, அந்த இடத்தில் அதன் அழுத்தம் குறைந்துவிடும். இதற்குமாறாக, எங்கேயாவது ஓரிடத்தில் அகலமான பகுதி இருந்தால், அங்கே நீர் அல்லது

காற்றின் வேகம் குறையும், ஆகவே, அழுத்தம் அதிகரிக்கும்.

வேகத்துக்கும் அழுத்தத்துக்கும் இடையிலிருக்கும் இந்தத் தொடர்பை பெர்னோலி விளைவு என்பார்கள். பறவைகள் இதைப் பயன்படுத்திக்கொண்டுதான் பறக்கின்றன.

பெர்னோலி விளைவுபற்றிப் பறவைகளுக்குத் தெரியாது. ஆனால், இயற்கையாகவே அவற்றின் இறக்கைகள் ஒரு வித்தியாசமான தோற்றத்தில் அமைந்துவிட்டன. அவற்றின்மீது காற்று பாயும்போது, மேற்பகுதியில் வேகமாகச் செல்லும், கீழே மெதுவாகச் செல்லும்.

அதாவது, இறக்கைகளுக்கு மேலே வேகம் அதிகம், அதனால் அழுத்தம் குறைவு, கீழே வேகம் குறைவு, அதனால் அழுத்தம் அதிகம்.

இப்படி இறக்கைக்கு மேலும்கீழும் அழுத்தத்தில் வித்தியாசம் இருப்பதால், ஒரு விசை உருவாகும், இதனை *Lift* என்பார்கள், அதாவது, மேலேற்றும் விசை.

பெயரைக்கேட்டாலே இது என்ன மாதிரி விசை என்பது உங்களுக்குப் புரிந்துவிடும், ஒரு பொருளை மேலேற்றும்விசை இது. புவியீர்ப்புவிசையையைவிட இந்த விசை அதிகமானால்தான் பறவை தரையிலிருந்து மேலேறிப் பறக்கும்.

அந்த விசையை எப்படி அதிகரிப்பது?

அதற்குப் பறவைகள் முன்னோக்கிச் செல்லவேண்டும், அப்போதுதான் அவற்றின் இறக்கைகளுக்கு மேலும்கீழும் காற்று வெவ்வேறு வேகத்தில் ஓடும், அழுத்தம் அதிகரிக்கும், குறையும், அதனால் ஏற்றவிசை ஏற்படும்.

ஆகவே, பறவைகள் தங்களுடைய இறக்கைகளை மேலும் கீழும் அடித்துக்கொள்கின்றன, அதன்மூலம் முன்னோக்கிச் செல்கின்றன, ஏற்றவிசை ஏற்படுகிறது, அவை புவியீர்ப்புவிசையை எதிர்த்து மேலே செல்கின்றன.

இன்றைய விமானத்தின் இறக்கைகளும் பறவையின் இறக்கைகளைப்போன்ற வடிவத்தில்தான் அமைக்கப்பட்டுள்ளன. அவை பறக்கும்போது, இறக்கையின் மேலும்கீழும் காற்று வெவ்வேறு வேகத்தில்செல்லும், ஏற்றவிசை ஏற்படும்.

ஆனால், விமானத்தின் இறக்கைகள் மேலும்கீழும் அசைவதில்லையே, பிறகு எப்படி அவை முன்னோக்கிச் செல்கின்றன?

அதற்குதான் எஞ்சின்கள். அவற்றின் உதவியுடன் விமானம் முன்னோக்கிச்செல்கிறது, அதனால் ஏற்றவிசையை உண்டாக்கிக் கொண்டு மேலே பறக்கிறது.

இந்த விளக்கமெல்லாம் இப்போது நமக்குத் தெரியும். ஆனால், நம்முடைய கதையில் விமானம் இன்னும் கண்டுபிடிக்கப்படவில்லை என்பதை நினைவில்கொள்ளுங்கள். அதற்கு இன்னும் பல ஆண்டுகள் இருந்தன.

ஆகவே, மனிதன் பறவைகளின் இன்னொரு குணத்தைக் கவனித்தான்: மிதத்தல்.

அதாவது, இறக்கைகளை அடித்துக்கொள்ளாமல் வானில் அவை மிதந்துசெல்கின்றனவே, அது எப்படி? நாமும் எஞ்சினின் உதவியில்லாமல் அதுபோல் பறக்கலாமா?

இப்படி யோசித்த மனிதன் ஒரு மிகப் பிரமாதமான பறக்கும் கருவியைக் கண்டுபிடித்தான், இன்றைக்கும் பலரால் பிரபலமாகப் பயன்படுத்தப்படும் வித்தியாசமான வாகனம் அது!

8

வசதியுள்ளவர்கள் தங்களுக்காக மாளிகைகட்டுவார்கள். பக்கத்தில் தோட்டம் அமைப்பார்கள். அப்படியே பண்ணைவீடு, வயல் என்று ஐமாய்க்கிறவர்கள் உண்டு, தண்ணீரில் மிதக்கும் சொகுசுப்படகுகளையே வீடாக்கிக்கொள்கிறவர்களும் உண்டு.

ஆனால், ஜெர்மனியில் ஒட்டோ லிலெந்தல் என்பவர் இந்த ஆடம்பரங்களையெல்லாம் தூக்கிச்சாப்பிட்டுவிட்டார், தனக்கென்று சொந்தமாக ஒரு மலையைக் கட்டிக்கொண்டவர் இவர்!

சொந்தமாக மலையா? எதற்காக?

பறப்பதற்காகத்தான். அந்த மலையின் பெயரே, 'Fliegeberg', அதாவது 'பறக்கும் மலை.'

மலை பறக்காது, மலைமேல் ஏறி ஒட்டோ பறப்பார்.

சரியாகச் சொல்வதென்றால், அது பறத்தல் (Flying) அல்ல, மிதத்தல் (Gliding). காரணம், அன்றைக்கு ஒட்டோ உருவாக்கிய 'விமான'த்தில் எஞ்சின் கிடையாது. காற்றோட்டத்தில் அது மிதந்துசெல்லும். அதனால், பறப்பதுபோன்ற உணர்வு ஏற்படும்.

ஆனால், அன்றைய மனிதர்களைப் பொறுத்தவரை, அதுதான் 'பறத்தல்'. ஆகவே, ஓட்டோ வானில் பறந்ததாகவே நாம் எண்ணலாம்!

எஞ்சின் இல்லாமல் எப்படிப் பறக்கமுடியும்? ஓர் இலைக்கு நீந்தத்தெரியாது. ஆனால், ஓடுகிற தண்ணீரில் அதைப்போட்டால் மிதந்துசெல்கிறதல்லவா? அதுபோல, காற்றோட்டத்தைப் பயன்படுத்திக்கொண்டு மனிதனால் மிதக்கமுடியும்.

இப்படி மனிதனை மிதக்கச்செய்யும் 'க்ளைடர்' என்ற கருவியொன்றை வடிவமைத்திருந்தார் ஓட்டோ. அதை மிதக்கவைப்பதற்காகத் தன்னுடைய வீட்டருகே ஒரு குட்டி மலையையே எழுப்பினார். மலைக்கும் மிதப்பதற்கும் என்ன சம்பந்தம்?

'க்ளைடர்' மிதக்கவேண்டுமென்றால், அது முதலில் வானுக்குச் செல்லவேண்டுமல்லவா? அதன்பிறகுதானே காற்றோட்டத்தில் மிதக்கமுடியும்? அதற்குதான் மலை!

அதாவது, பறக்க விரும்புகிறவர் க்ளைடரைத் தூக்கிக்கொண்டு மலைமேல் செல்லவேண்டும், அங்கிருந்து ஓடிவந்து குதிக்கவேண்டும்.

பயப்படவேண்டாம், அவர்கள் கீழே விழமாட்டார்கள், காற்றோட்டத்தைப் பயன்படுத்திக்கொண்டு மிதப்பார்கள்.நமக்கு இதைக் கேட்டாலே நடுக்கமாக இருக்கிறது. ஆனால் ஓட்டோ இதனைப் பலமுறை செய்திருக்கிறார். அவர் வானில் மிதக்கிற காட்சி புகைப்படங்களில்கூடப் பதிவுசெய்யப்பட்டிருக்கிறது.

ஓட்டோவும் அவரது சகோதரர் குஸ்டவும் சேர்ந்து தங்களது க்ளைடரை மேலும் மேம்படுத்தினார்கள். அடுத்த ஐந்தாண்டுகளில் கிட்டத்தட்ட இரண்டாயிரம்முறை பறந்தார் ஓட்டோ, சராசரியாகத் தினமும் ஒருமுறை பறந்திருக்கிறார்! அன்றைய காலகட்டத்தில் இது ஒரு மிகப்பெரிய அதிசயம். ஓட்டோ பறப்பதைப் பார்ப்பதற்காக மக்கள் குவிந்தார்கள். அவரது சாதனை உலகம்முழுக்கப் பரவியது.

ஆனால், ஒட்டோ இதனைப் புகழுக்காகச் செய்யவில்லை. மனிதனால் பறக்க இயலும் என்று உறுதியாக நம்பியவர் அவர். அதற்காக வாழ்நாள்முழுக்கப் பரிசோதனைகளைச் செய்துகொண்டே இருந்தார். அவை அனைத்தையும் பதிவுசெய்துவைத்தார்.

அதேசமயம், பறத்தலின்மீது ஒட்டோவைத்த நம்பிக்கையே அவரைப் பலிவாங்கிவிட்டது. 1896ம் ஆண்டு, அவர் தன்னுடைய க்ளைடரில் பறந்துகொண்டிருந்தபோது திடீரென்று கட்டுப்பாட்டை இழந்தார், மேலேயிருந்து விழுந்து இறந்தார்.

ஆனால், அவரது மரணத்தைப் பார்த்துப் பயந்துபோய் மற்றவர்கள் பறக்கும் முயற்சியை நிறுத்திவிடவில்லை. மிதத்தல், பறத்தல் என்கிற இருவகைகளிலும் ஆராய்ச்சிகள் தொடர்ந்தன. மிதத்தலை ஒட்டோ கண்டறியவில்லை. அவருக்கு முன்பே பலர் க்ளைடர்போன்ற கருவிகளை உண்டாக்கியிருக்கிறார்கள், பறக்க முயன்றிருக்கிறார்கள்.

ஆனால், அவர்கள் யாருக்கும் பறத்தலைப்பற்றிய முழுமையான அறிவு இல்லை. இதை அவர்களுடைய குறையாகச் சொல்லமுடியாது, அன்றைய காலகட்டத்தில் அவர்களுக்குத் தெரிந்ததைவைத்து அவர்கள் பல விஷயங்களை முயன்று பார்த்தார்கள். அதனை ஒட்டோ மேம்படுத்தினார், நன்கு பறக்கக்கூடிய, கட்டுப்படுத்தக்கூடிய ஒரு க்ளைடரை உருவாக்கினார், அதனைத் தொடர்ந்து மாற்றியமைத்துப் பரிசோதித்தார்.

ஒட்டோவின் காலகட்டத்திலேயே அவரைப்போல் இன்னும் பலர் விதவிதமான க்ளைடர்களை உருவாக்கிப் பரிசோதித்துவந்தார்கள். உதாரணமாக, ஆஸ்திரேலியாவைச் சேர்ந்த லாரன்ஸ் ஹார்க்ரேவ், இங்கிலாந்தைச்சேர்ந்த பெர்சின் பில்செர், அமெரிக்காவைச் சேர்ந்த ஜான் ஜோசஃப் மோன்டொகெமரி, ஆக்டாவ் சனுட் போன்றோரைக் குறிப்பிடலாம். இவர்களெல்லாரும் காற்றைப் பயன்படுத்திக்கொண்டு எப்படி மிதக்கலாம் என்று

ஆராய்ந்தார்கள், தங்களையே பரிசோதனை எலியாக்கிக்கொண்டு மிதந்துகாட்டினார்கள். இந்த ஆய்வுகள்தான் பின்னர் விமானம் கண்டுபிடிக்கப்படக் காரணமாக அமைந்தன. எஞ்சினுடன்கூடிய விமானங்கள் கண்டறியப்பட்டபிறகு, கிளைடருக்கு அவசியமே இல்லை. ஆனாலும், அந்த மிதக்கும் விமானங்கள் அழிந்துவிடவில்லை, இன்றைக்கும் பயனில் இருக்கின்றன.

கணினி வந்தபிறகு யாரும் கையில் எழுதவேண்டியதில்லை. ஆனாலும் பேனாவைப் பிடித்துத் தாளில் எழுதுவதில் ஒரு பரவசம் இருக்கிறதல்லவா? அதுபோல, ஆற்றல்மிகுந்த விமானங்கள் வந்தபிறகும் சிலர் பொழுதுபோக்குக்காக, சாகசவுணர்வுக்காக க்ளைடர்களில் பறந்தார்கள். சில க்ளைடர்கள் ராணுவநோக்கத்துக்காகவும் பயன்படுத்தப்பட்டன.

இன்றைக்கும் நவீன க்ளைடர்களில் காசுகொடுத்துப் பறக்கிறவர்கள் உண்டு. ஆனால் அவர்கள் ஓட்டோபோல் மலைமேலிருந்து குதிக்கவேண்டியதில்லை. இன்னொரு (எஞ்சினுள்ள) விமானத்தில் அவர்களுடைய க்ளைடரைக் கட்டிவிடுவார்கள், அந்த விமானம் க்ளைடரை மேலே இழுத்துச்செல்லும், அதன்பிறகு, விமானம் திரும்பிவந்துவிடும், க்ளைடர்மட்டும் மேலே மிதக்கும்.

இப்படி இன்னும் பல புதிய தொழில்நுட்பங்களால், க்ளைடர் பயணங்கள் முன்பைவிட எளிதாகிவிட்டன, க்ளைடர்மூலம் பறக்கிறவர்களுடைய பாதுகாப்பும் மேம்பட்டுள்ளது.

இப்போது நாம் பத்தொன்பதாம் நூற்றாண்டின் நிறைவுப்பகுதிக்குத் திரும்பச்செல்லவேண்டும். அங்கே க்ளைடர்கள்தான் இன்னும் ஆட்சிசெய்துகொண்டிருந்தன, இன்னொருபக்கம் எஞ்சின்வைத்த விமானத்தைக் கண்டுபிடிக்கும் முயற்சிகளும் தொடர்ந்துகொண்டிருந்தன. ஆனால் எதுவும் சரிப்படவில்லை, எத்தனை முயன்றாலும் 'ராங்காக'வே போய்க்கொண்டிருந்தது.

அதை 'ரைட்'டாக்க இருவர் வந்தார்கள்!

9

அவர் பெயர் மில்டன் ரைட். வேலைவிஷயமாக வெளியூர் சென்றிருந்தார். திரும்பிவரும்போது, மகன்களுக்காக ஒரு பொம்மை வாங்கிவந்தார்.

சாதாரண பொம்மையில்லை, பறக்கும் பொம்மை!

அவருடைய மகன்களான ஆர்விலும் வில்பரும் அந்தப் பொம்மையை ஆசையோடு கொண்டாடினார்கள். அது பறப்பதைப் பார்க்கப்பார்க்க அவர்களுக்குப் பரவசமாக இருந்தது. இத்தனைக்கும் அந்தப் பொம்மையில் பெரிய தொழில்நுட்பங்களெல்லாம் ஏதுமில்லை, சும்மா ரப்பர்-பாண்ட் வைத்துச்செய்யப்பட்ட எளிய பொம்மைதான் அது.

ஆனாலும், பறக்கும்பொம்மையல்லவா? அந்த வயதில் அந்தச் சிறுவர்களுக்கு அது மிகவும் பிடித்துவிட்டது. நாள்முழுக்க அதை வைத்து விளையாடிக்கொண்டிருந்தார்கள். இதனால், கொஞ்சநாளில் அந்தப் பொம்மை உடைந்துவிட்டது.

ஆனால் அதற்குள், அந்தப் பொம்மை எப்படி இயங்குகிறது என்பதை அவர்கள் அறிந்துகொண்டிருந்தார்கள். அதேபோல் இன்னொரு பொம்மையை அவர்களே உருவாக்கிவிட்டார்கள்.

ஒருநாள், அவர்கள் இந்தப் பொம்மையை வைத்து விளையாடிக் கொண்டிருக்கும்போது, ஓர் ஆசிரியர் அவர்களைப் பிடித்து விட்டார், 'படிக்கிற நேரத்துல விளையாடலாமா?' என்று அதட்டினார்.

'நாங்க படிச்சுகிட்டுதான் இருக்கோம் சார்' என்றான் ஆர்வில்.

'என்ன படிக்கறீங்க?'

'இந்தப் பொம்மையை எப்படிப் பறக்கவைக்கறதுன்னு படிக்கிறோம்.'

'அதைப் படிச்சு என்ன செய்யப்போறீங்க?'

'இதேமாதிரி ஒரு நிஜ விமானத்தை நாங்க உருவாக்கப்போறோம்!' என்று பரவசத்துடன் சொன்னான் ஆர்வில். அதைக்கேட்ட ஆசிரியர் தனக்குள் சிரித்துக்கொண்டார், 'நிஜ விமானமா?!'

'ஆமா சார், நிஜமாவே மனுஷங்களோட வானத்துல பறக்கற மாதிரி ஒரு விமானத்தை நாங்க உருவாக்குவோம். அதுல நாங்க ரெண்டுபேரும் ஏறிப்பறப்போம்.'

அவர்கள் இப்படிச் சொன்னபோது, அந்த ஆசிரியர் நிச்சயமாக நம்பியிருக்கமாட்டார். 'ஏதோ சின்னப் பசங்க, கனவுகாணறாங்க' என்று நினைத்துக்கொண்டு சென்றிருப்பார்.

ஆனால், இன்றைக்கு 'ரைட் சகோதரர்கள்' என்று அழைக்கப் படும் ஆர்விலும் வில்பரும் சும்மா கனவுகாணவில்லை. பின்னாள்களில் நிஜமாகவே அவர்கள் பல விமானங்களை உருவாக்கினார்கள், மனிதனை வெற்றிகரமாகவும் பாதுகாப்பா கவும் பறக்கவைத்தார்கள். அவர்களது கண்டுபிடிப்பின் அடிப்படையில்தான் இன்றைக்கு நாம் நினைத்த இடத்துக்குப் பறக்கமுடிகிறது!

அதேசமயம், அந்தப் பொம்மை விமானத்திலிருந்து நிஜ விமானத்துக்குச் செல்வதற்கு அவர்கள் ஒரு கடினமான பாதையைக் கடந்துவரவேண்டியிருந்தது. பல தடைகள்,

தோல்விகள், ஏமாற்றங்கள், அனைத்தையும் தங்களுடைய தொழில்நுட்பத்திறமை, நம்பிக்கை, விடாமுயற்சியால் வென்று முன்னேறினார்கள்.

ஆச்சர்யமான விஷயம், இந்தச் சகோதரர்கள் கல்லூரிக்குச்சென்று தொழில்நுட்பம் படிக்கவில்லை. பள்ளிப்படிப்போடு சரி! வில்பருக்குப் பதினெட்டு வயதாகியிருந்தபோது, அவர் கல்லூரியில் சேரத் திட்டமிட்டிருந்தார். ஆனால், நண்பர்களோடு ஐஸ்-ஸ்கேட்டிங் விளையாடிக்கொண்டிருக்கையில் ஏற்பட்ட ஒரு விபத்து, அவருடைய வாழ்க்கையையே மாற்றிவிட்டது.

இத்தனைக்கும் அந்த விபத்தால் வில்பருக்குப் பெரிய ஆபத்தில்லை. ஒன்றிரண்டு பற்கள் உடைந்திருந்தன, சில சிறிய காயங்கள், அவ்வளவுதான். ஆனால் ஏனோ, இந்த விபத்துக்குப்பிறகு வில்பர் தனிமைவிரும்பியாகிவிட்டார், யாரிடமும் அதிகம் பேசுவதில்லை, பழகுவதில்லை, வெளியே செல்வதில்லை. பெரும்பாலான நேரம் வீட்டிலேயே இருந்தார்.

இதனால், தனக்குக் கல்லூரிப் படிப்பு சரிப்படாது என்று வில்பர் தீர்மானித்துவிட்டார், 'அதனால எந்தப் பிரயோஜனமும் இருக்காது, நான் கல்லூரிக்குப் போகலை!' என்று சொல்லிவிட்டார். அப்படியானால், வேறு என்ன செய்வது?

அவர்கள் வீட்டில் ஏராளமான புத்தகங்கள் இருந்தன. வில்பர் அவற்றை ஆர்வத்துடன் படிக்க ஆரம்பித்தார்.

வில்பருக்குப் புதிய பொருள்களை உருவாக்குவதில் ஆர்வம் அதிகம். எப்போதும் எதையாவது புதிதாகச் செய்வதைப்பற்றிதான் யோசித்துக்கொண்டிருப்பார். அந்தச் சிறுவயதிலேயே செய்தித்தாள்களை மடித்துத் தபாலில் அனுப்புவதற்கான ஓர் இயந்திரத்தை உருவாக்கியிருந்தார் அவர்.

ஆர்விலும் அதே மாதிரிதான், பட்டம் செய்து விற்பது, சிறுவர்களுக்கான சர்க்கஸ் நடத்துவது என்று ஜமாய்த்துக் கொண்டிருந்தார்.

ஐஸ்-ஸ்கேட்டிங் விபத்தால் வில்பர் வீட்டிலேயே முடங்கிக்கிடந்த நேரத்தில், ஆர்வில் உள்ளூரில் ஓர் அச்சுக்கூடத்தை அமைத்திருந்தார். பின்னர், வில்பர் கொஞ்சம் மனம் தேறித் தன்னுடைய கூட்டிலிருந்து வெளியே வந்தபோது, ஆர்வில் நடத்திய அச்சுக்கூடத்தில் இணைந்துகொண்டார்.

ரைட் சகோதரர்கள் அதிகம் படிக்கவில்லையென்றாலும், கருவிகளின்மீது அவர்களுக்கு மிகுந்த ஆர்வம் இருந்தது. ஆகவே, அச்சுத்தொழிலை எளிதில் கற்றுக்கொண்டார்கள், சொந்தமாக ஓர் அச்சியந்திரத்தையும் உருவாக்கினார்கள்.

அடுத்தபடியாக, இந்த அச்சியந்திரத்தைப் பயன்படுத்தி அவர்கள் ஒரு பத்திரிகையை அச்சிட்டு விற்றார்கள். அதற்கு ஆர்வில்தான் பதிப்பாளர், வில்பர்தான் ஆசிரியர்.

இந்தத் தொழில் ஓரளவு வெற்றிகரமாக நடந்தது. அதேநேரம், இன்னொரு தொழில்வாய்ப்பும் அவர்களைத் தேடிவந்தது!

அமெரிக்காவில் அப்போது சைக்கிள்கள் பிரபலமாகத் தொடங்கியிருந்தன. ஏராளமானோர் புதிதாக சைக்கிள் வாங்கத்தொடங்கினார்கள். அந்த சைக்கிள்களில் ஏற்படும் பழுதுகளைச் சரிசெய்வதற்குப் பலர் தேவைப்பட்டார்கள்.

ஆகவே, ஆர்விலும் வில்பெரும் சேர்ந்து ஒரு சைக்கிள் கடை ஆரம்பித்தார்கள். விரைவில், இவர்களே ஒரு புதிய சைக்கிளையும் வடிவமைத்து, உற்பத்திசெய்து, விற்கத்தொடங்கினார்கள்.

இப்படி அச்சியந்திரம், சைக்கிளின்மூலம் கற்றுக்கொண்ட தொழில்நுட்ப அறிவுதான் பின்னர் அவர்களுடைய விமான ஆராய்ச்சிக்குப் பெரிதும் உதவியது. அதற்கான பணமும் இந்தத் தொழில்களிலிருந்து வந்ததுதான்.

ஆக, சைக்கிள்விற்ற காசில்தான் மனிதனின் முதல் விமானம் உருவானது!

10

'ஏட்டுச்சுரைக்காய் கறிக்கு ஆகுமா?' என்று ஒரு பழமொழி சொல்வார்கள்.

அதாவது, புத்தகத்தில் சுரைக்காய் என்று எழுதி அதைப் படித்தால் பசி தீருமா? அதைச் சமைத்து உண்ணமுடியுமா? அதுபோல, வெறுமனே புத்தகஞானத்தால் பெரிய பயன் இருக்காது, நிஜமான அனுபவம் தேவை.

அதேசமயம், புத்தகஞானமே அவசியமில்லை என்றும் சொல்லிவிடமுடியாது. புத்தகத்தில் படித்துத் தெரிந்துகொண்ட விஷயங்களை நிஜத்தில் முயற்சிசெய்துபார்த்து அனுபவம் பெறலாம், வெல்லலாம், அதற்கு ரைட் சகோதரர்களே நல்ல சாட்சி.

அவர்கள் முதன்முதலாக விமானங்களைப்பற்றிப் படித்துத் தெரிந்துகொண்டது புத்தகங்களில்தான். அதன்பிறகு, அந்தப் புத்தக அறிவைத் தங்களுடைய பரிசோதனைகளுக்குப் பயன் படுத்தினார்கள், புத்தகங்களில் இல்லாத கோடி விஷயங்களைக் கண்டுபிடித்தார்கள், அவற்றிலிருந்து அவர்களுடைய விமானம் உருவானது.

ஆக, சுரைக்காயைப்பற்றி ஏட்டில் படித்தார்கள், அந்த விதையைத் தேடிப்பிடித்துத் தோட்டத்தில் விதைத்து வளர்த்தார்கள், காயை அறுவடைசெய்து சமைத்தார்கள், ஏட்டுச்சுரைக்காயிலிருந்து வந்த கறிதானே அது!

அப்போது உலகெங்கும் பலவிதமான விமானப் பரிசோதனைகள் நடந்துகொண்டிருந்தன. யாரும் சிறந்தொரு விமானத்தை உருவாக்கிவிடவில்லை, ஆனால், அந்தத் திசையில் நகர்ந்துகொண்டிருந்தார்கள்.

இதையெல்லாம் ரைட் சகோதரர்கள் படித்தார்கள், அவர்களுடைய ஆர்வம் தூண்டப்பட்டது. 'நாமும் இதை முயன்றுபார்த்தால் என்ன?' என்று நினைத்தார்கள்.

ஏற்கெனவே அச்சுத்தொழில், சைக்கிள்தொழில் போன்றவற்றில் ஈடுபட்ட அனுபவம் அவர்களுக்கு நம்பிக்கையூட்டியது. ஒரு பறக்கும் இயந்திரத்தை உருவாக்க என்னவெல்லாம் தேவை என்று சிந்திக்கத்தொடங்கினார்கள். அப்போதைய ஆராய்ச்சிகளைப்பற்றிப் படித்துத் தெரிந்துகொண்டு, அவற்றில் இருக்கக்கூடிய குறைகள், இடைவெளிகளைக் களைவது எப்படி என்று யோசித்தார்கள்.

ஒரு புதிரை விடுவிப்பதற்கு மூன்று விஷயங்கள் தேவை என்று வைத்துக்கொள்வோம். அதில் இரண்டு ஏற்கெனவே ஓரளவு தெரிந்துவிட்டது. அப்படியென்றால் நீங்கள் எதில் கவனம் செலுத்துவீர்கள்?

நமக்கு இன்னும் தெரியவராத அந்த மூன்றாவது விஷயத்தில் தானே? அதுவும் ஓரளவு தெரிந்துவிட்டால் மூன்றையும் இணைத்துப் புதிரை விடுவிப்பது சுலபமாகிவிடுமல்லவா?

இதுதான் விமானத்தைப்பொறுத்தவரை ரைட் சகோதரர்களின் அணுகுமுறையாக இருந்தது. விமானம் எப்படி அமைக்கப்படவேண்டும், அதைச் செலுத்துவதற்கு எந்தவிதமான ஆற்றல் தேவை என்கிற விஷயங்களைப் பிறர் ஏற்கெனவே ஓரளவு கண்டுபிடித்திருந்தார்கள், அதையே இவர்களும்

பின்பற்றுவது எளிதுதான். ஆனால் அந்த மூன்றாவது விஷயம்... விமானத்தை எப்படிக் கட்டுப்படுத்துவது? அதுதான் பெரிய புதிராக இருந்தது.

அதாவது, விமானத்தை மேலே கொண்டுசெல்வதோ காற்றில் மிதப்பதோ எஞ்சினைக்கொண்டு முன்னோக்கிச் செலுத்துவதோ சாத்தியம்தான். அப்படிப் பறந்துகொண்டிருப்பவர் நினைத்தபடி அந்த விமானத்தைத் திருப்பவேண்டும், சவுகர்யமாகப் பறக்கவேண்டும், தன்னுடைய பறத்தலைத் தானே கட்டுப்படுத்தவேண்டும், பாதுகாப்பாகத் தரையிறங்கவேண்டும், இதைச் செய்துவிட்டால் வெற்றிபெற்றுவிடலாம் என்று ரைட் சகோதரர்கள் எண்ணினார்கள்.

இந்த விஷயத்தில் அவர்களுக்கு உதவியவை, பறவைகள்!

ஆம். ரைட் சகோதரர்களுக்கு முன்னால் எண்ணற்ற ஆர்வலர்கள் பறவைகளைப் பார்த்துதான் பறக்கும் ஆசையை வளர்த்துக்கொண்டிருந்தார்கள். ஆனால் இவர்களோ, அவற்றை இன்னும் கூர்ந்து கவனித்தார்கள், இன்னொரு விஷயத்தைக் கண்டுபிடித்தார்கள்: பறவைகள் வானத்தில் பறந்து கொண்டிருக்கும்போது எங்கேயாவது திரும்பவேண்டுமென்றால், தங்களுடைய இறக்கைகளின் முனைகளைக் கொஞ்சம் வித்தியாசமாகத் திருப்புகின்றன, அதன்மூலம் அவற்றால் நினைத்த திசையில் திரும்பமுடிகிறது.

அதேபோல், மனிதன் உருவாக்கும் விமானத்தின் இறக்கை முனைகளையும் திருப்பமுடிந்தால் என்ன ஆகும்?

அந்த விமானம் நினைத்ததுபோல் இடம், வலம் என்று திரும்பும், அதன் பறத்தலை நன்கு கட்டுப்படுத்தமுடியும், விமானம் பாதுகாப்பானதாக ஆகும். கேட்பதற்குச் சரியாகத்தான் இருக்கிறது. நிஜத்தில் நடக்குமா?

இந்த விஷயத்தில் ரைட் சகோதரர்கள் எந்தச் சமரசத்துக்கும் தயாராக இல்லை. முதன்முதலாக வானத்தில் பறந்து பார்க்குமுன்னரே, அந்த விமானம் எல்லா விதங்களிலும்

கட்டுப்படுத்தத்தக்கதாக இருக்கவேண்டும் என்று தீர்மானித்தார்கள். இறக்கைகளை, அவற்றைக் கட்டுப்படுத்துவதற்கான கருவிகளை, உத்திகளைப் பலவிதமாகப் பரிசோதித்துப் பார்த்தார்கள், அதன் அடிப்படையில் தங்களுக்கு முழுத்திருப்தி வந்தபிறகுதான், நிஜமாகப் பறந்துபார்க்கத் தயாரானார்கள்.

எங்கே பறப்பது?

அதையும் அவர்கள் அவசரமாகத் தீர்மானிக்கவில்லை. அமெரிக்க வானிலை விவரங்களை ஆராய்ந்து, எங்கெல்லாம் எந்த அளவு காற்று வீசுகிறது என்று பார்த்தார்கள், எந்தெந்த இடங்கள் தங்கள் ஆராய்ச்சிக்குச் சரிப்படும் என்று நிபுணர்களைக் கேட்டார்கள், அதன் அடிப்படையில் கிட்டி ஹாக் என்ற ஓர் இடத்தைத் தேர்ந்தெடுத்தார்கள். அங்கே சென்று தங்களுடைய பரிசோதனைகளைத் தொடர்ந்தார்கள்.

அடுத்த பல மாதங்களுக்கு அவர்கள் வெவ்வேறு க்ளைடர்களை வடிவமைத்தார்கள், அவற்றின் இறக்கைகள் எப்படிச் செயல்படுகின்றன, அவற்றை எப்படிக் கட்டுப்படுத்துவது என்றெல்லாம் கவனமாக ஆராய்ந்தார்கள்.

மற்ற ஆய்வாளர்களுக்கும் ரைட் சகோதரர்களுக்கும் முக்கியமான வித்தியாசம் இதுதான். ஒரு விஷயம் இப்படித்தான் செயல்படும் என்று உறுதியாகத் தெரியும்வரை அதனைப் பலமுறை பலவிதமாக முயன்றுபார்க்க அவர்கள் தயங்கவே இல்லை.

கொஞ்சம் கொஞ்சமாக, அவர்கள் ஒரு சிறந்த விமான வடிவமைப்பை நெருங்கினார்கள். அதனைப் பறக்கவிட்டுப் பார்க்கத் தீர்மானித்தார்கள்.

ரைட் சகோதரர்களின் விமானம் மனிதனை ஏற்றிக்கொண்டு வெற்றிகரமாகப் பறந்து கீழிறங்குமா? அல்லது, இந்தத்துறைசார்ந்த பல முயற்சிகளில் இன்னும் ஒன்றாகத் தோற்றுவிடுமா? அவர்களுடைய படபடப்பு நாளுக்கு நாள் அதிகரித்தது.

11

ரைட் சகோதரர்கள் சைக்கிள்கடை வைத்திருந்தார்கள் என்று ஏற்கெனவே பார்த்தோம். அவர்களுக்குப் பறப்பதில் ஆர்வம் வந்தபிறகு, அவர்களுடைய சைக்கிள்கடை என்ன ஆனது?

விமான ஆராய்ச்சி என்பது பெரும் செலவுபிடிக்கிற விஷயம். அதில் வெற்றி எப்போது வரும் என்பது தெரியாது, வெற்றி வருமா என்பதே தெரியாது.

ஒருவேளை ஜெயித்துவிட்டாலும், அந்த விமானத்தைத் தொழில்முறையில் தயாரித்து விற்பனைசெய்யவேண்டும், அல்லது, அப்படித் தயாரிக்கவிரும்புகிறவர்களுக்கு அந்தத் தொழில்நுட்பத்தை விற்கவேண்டும், அதன்பிறகுதான் கொஞ்ச மாவது பணத்தைப் பார்க்கலாம். அதுவரை, விமானத்தால் ரைட் சகோதரர்களுக்குப் பைசா லாபம் கிடையாது.

ஆகவே, அவர்கள் தங்களுடைய சைக்கிள்கடையை மூடிவிடவில்லை. அதிலிருந்து கிடைக்கும் வருமானமும் பாதுகாப்பும் அவர்களுக்குத் தேவைப்பட்டது. அப்போது ரைட் சகோதரர்களிடம் சார்லி டெய்லர் என்றொருவர் வேலை பார்த்துக்கொண்டிருந்தார். அவரிடம் சைக்கிள் கடையின்

பொறுப்பை ஒப்படைத்திருந்தார்கள். சார்லி டெய்லர் நல்ல திறமைசாலி. இயந்திரங்களை ஆராய்ந்து சரிசெய்வதிலும் புதிய கருவிகளை உருவாக்குவதிலும் கைதேர்ந்தவர்.

ஒருபக்கம் அவர் சைக்கிள்கடையைக் கவனித்துக்கொள்ள, இன்னொருபக்கம் ரைட் சகோதரர்கள் தங்களுடைய விமான ஆராய்ச்சியைத் தொடர்ந்தார்கள். அதில் அவர்களுக்கு ஓரளவு வெற்றி கிடைத்துவிட்டபோதும், ஒரு பிரச்னை இன்னும் மீதமிருந்தது: எஞ்சின்.

அப்போது பல எஞ்சின்கள் புழக்கத்தில் இருந்தன. ஆனால், அவை எல்லாமே எடை அதிகம். அவற்றை விமானத்தில் பயன்படுத்த இயலவில்லை.

ஆகவே, அவர்கள் சொந்தமாக ஓர் எஞ்சினை உருவாக்க விரும்பினார்கள். தங்களுக்கு என்ன தேவை என்பதைப் படமாக வரைந்தார்கள். அதை சார்லி டெய்லர் கையில் கொடுத்து, 'இதுபோல எங்களுக்கோர் எஞ்சின் வேண்டும்' என்று கேட்டார்கள்.

'செய்துவிடலாம்' என்றார் சார்லி. விறுவிறுவென்று வேலையில் இறங்கினார். யோசித்துப்பாருங்கள், சைக்கிள் வேலை மட்டுமே தெரிந்த இரண்டு பேர் விமானத்தை உருவாக்குகிறார்கள், அதற்கான எஞ்சினை வரைகிறார்கள், சைக்கிள் வேலை மட்டுமே தெரிந்த இன்னொருவர் அந்த எஞ்சினை வடிவமைத்துத் தயாரிக்கிறார்.

இதை இப்போது யாராவது கேள்விப்பட்டால், 'சும்மா கதைவிடாதீங்க!' என்று சொல்லிவிடுவார்கள். ஆனால் அன்றைக்கு, அது நிஜமாகவே நடந்தது!

சார்லி டெய்லர் சில வாரங்களுக்குள் அந்த எஞ்சினை உருவாக்கிவிட்டார். ரைட் சகோதரர்கள் அதனைப் பரிசோதித்துப்பார்த்தார்கள். பிரமாதமாக இருந்தது!

1903ம் ஆண்டு, டிசம்பர் 14ம் தேதி, ரைட் சகோதரர்கள்

தங்களுடைய விமானத்தை முழுமையாகப் பறக்கவிடத் தீர்மானித்தார்கள். அதற்கான ஏற்பாடுகள் முழுவீச்சில் நடைபெற்றன. சரி, விமானத்தில் முதன்முதலாகப் பறப்பது யார்?

சரித்திர முக்கியத்துவம் வாய்ந்த விஷயமல்லவா? ஆர்வில், வில்பெர் இருவருக்குமே அந்த ஆசை இருந்தது. 'பூவா, தலையா போட்டுப்பார்த்துவிடலாம்' என்று தீர்மானித்தார்கள்.

அதில் வில்பெர் வெற்றிபெற்றார். விமானத்தில் ஏறி அமர்ந்தார். அதனை இயக்கத்தொடங்கினார். ம்ஹூம், விமானம் பறக்கவில்லை. ஏதோ இயந்திரக்கோளாறு. ரைட் சகோதரர்கள் சலித்துக்கொள்ளவில்லை. என்ன பிரச்னை என்று கவனித்துச் சரிசெய்தார்கள், அதற்கு மூன்று நாளானது.

டிசம்பர் 17ம் தேதி, காலை 10:35 மணி. இப்போது ஆர்வில் விமானத்தில் அமர்ந்தார், அதனை இயக்கினார். இந்தமுறை, எந்தப் பிரச்னையும் இல்லை, அவர்களது விமானம் அழகாக விண்ணில் எழும்பிப் பறந்தது. 12 விநாடிகள் பறந்துவிட்டுப் பாதுகாப்பாகத் தரையிறங்கினார் ஆர்வில்.

என்னது? வெறும் 12 விநாடிகள்தானா?

ஆமாம். இன்றைக்குப் பலமணிநேரம் பறக்கிற மனிதனின் முதல் விமானம் 12 விநாடிகள்தான் பறந்தது, சின்னக்குழந்தை மெதுவாக அடியெடுத்துவைத்து நடப்பதுபோல.

அன்றைய தினம் ரைட் சகோதரர்கள் நான்கு முறை பறந்தார்கள், நான்கு முறையும் அவர்களது விமானம் பாதுகாப்பாகப் பறந்தது, முக்கியமாக, அதனை எளிதில் கட்டுப்படுத்த முடிந்தது.

உலக வரலாற்றில் மிக முக்கியமான தினம் அது. எத்தனையோ நூற்றாண்டுகளாகப் பறக்கும் கனவோடு இருந்த மனிதன், அதில் வெற்றியடைந்தான். ஆனால், அது முழுமையான வெற்றி அல்ல. ரைட் சகோதரர்கள் பறந்த அந்த விமானத்தில் பயணிகளெல்லாம் ஏறிப் பறக்கமுடியாது, அதன் பாதுகாப்பை,

வசதிகளை இன்னும் மேம்படுத்தவேண்டியிருந்தது. ஆகவே, ரைட் சகோதரர்கள் சுறுசுறுப்பாக அந்த வேலைகளைத் தொடங்கினார்கள். விமானத்தின் ஒவ்வோர் அம்சத்தையும் கவனித்து ஒழுங்குசெய்தார்கள். அடுத்தடுத்த விமான மாதிரிகளை உருவாக்கினார்கள்.

அதேசமயம், இப்போது அவர்களால் முன்புபோல் வேகமாக வேலைசெய்ய இயலவில்லை. அதற்குக் காரணம், பத்திரிகைகள்!

யாரோ இரண்டு சகோதரர்கள் விமானத்தைக் கண்டுபிடித்து விட்டார்கள், வெற்றிகரமாகப் பலமுறை பறந்துவிட்டார்கள் என்ற செய்தியைக் கேள்விப்பட்டுப் பல பத்திரிகைகள் அவர்களைத் தேடிவந்தன. 'எங்களுக்கு விமானத்தைப் பறக்கவிட்டுக் காட்டுங்கள்' என்று நச்சரித்தன.

இப்படி ஒவ்வொருவருக்கும் பேட்டிகொடுத்துக்கொண்டு, விமானத்தைக் காண்பித்துக்கொண்டிருந்தால் அதை எப்போது முன்னேற்றுவது? அதுமட்டுமில்லாமல், இப்படி வருகிறவர்கள் யாராவது இந்த விமானத்தைப் பார்த்துக் காப்பியடித்துவிட்டால்? போட்டி விமானம் ஒன்றை உருவாக்கிவிட்டால்?

இதற்காகவே ரைட் சகோதரர்கள் மீடியா வெளிச்சத்திலிருந்து ஒதுங்க முயன்றார்கள், தங்களுடைய ஆராய்ச்சியை இயன்றவரை ரகசியமாகவே வைத்துக்கொண்டார்கள்.

இதனால், உண்மையிலேயே இவர்கள் விமானத்தைக் கண்டுபிடித்திருக்கிறார்களா என்றுகூடச் சந்தேகங்கள் எழுந்தன. 'அத்தனையும் பொய்!' என்றெல்லாம் சிலர் எழுதினார்கள்.

ரைட் சகோதரர்கள் அதைப்பற்றிக் கவலைப்படவில்லை. தங்கள் விமானத்தைக் கொஞ்சம்கொஞ்சமாகச் சிறப்பாக்கினார்கள், அதனைப் பொதுப்பயன்பாட்டுக்குக் கொண்டுவரும் வகையில் உருவாக்கினார்கள், அதன்பிறகு, அவற்றை விற்பதற்காக அரசாங்கங்களை/ராணுவங்களை அணுகினார்கள். சுருக்கமாகச் சொன்னால், ரைட் சகோதரர்கள் வெறுமனே கண்டுபிடிப்பாளர்களாக மட்டும் செயல்படவில்லை, நல்ல

தொழிலதிபர்களாகவும் இருந்தார்கள், அதனால்தான், அவர்களால் தங்களுடைய பறக்கும் கனவை ஒரு நிஜமான விமானமாக மாற்றி, அதைப் பலருக்கு விற்பனை செய்து காசு சம்பாதிக்கவும் முடிந்தது!

ஆராய்ச்சிசாலையில் மட்டுமே கிடைக்கிற, சிலருக்கு மட்டுமே பயன்படுகிற ஒரு பொருளால் உலகுக்கு என்ன பிரயோஜனம்? அது வெளியே வந்து பொதுமக்களுக்கும் கிடைத்தால்தானே நன்மை? அந்தவிதத்தில் ரைட் சகோதரர்கள் நம் அனைவரின் மரியாதைக்குரியவர்கள்!

12

உங்கள் நண்பர்கள் இரண்டு பேர் சண்டை போட்டுக் கொள்கிறார்கள். அப்போது நீங்கள் என்ன செய்வீர்கள்?

சிலர், அந்தச் சண்டையை ஆசையாக வேடிக்கைபார்ப்பார்கள், 'இன்னும் நல்லா மோதுங்க' என்று தூண்டிவிடுகிறவர்களும் உண்டு.

வேறு சிலர் உடனே தலையிட்டுச் சண்டையைத் தடுப்பார்கள். அவர்களுக்கிடையே சமாதானம் செய்துவைப்பார்கள்.

ஆனால், ஒருவேளை, அந்தச் சண்டையால் அவர்கள் இருவருக்கும் நன்மை இருந்தால்? அப்போது அவர்களுக்குள் சமாதானம் செய்துவைக்காமலிருப்பதுதானே புத்திசாலித்தனம்?

உதாரணமாக, 'அடுத்த பரீட்சையிலே உன்னைவிட அதிக மதிப்பெண் வாங்கிக்காட்டறேன்' என்று இரு மாணவர்கள் ஒருவருக்கொருவர் சவால் விட்டுக்கொண்டால், அது நல்ல விஷயம்தான். இருவரில் ஒருவர்தான் வெல்லமுடியும் என்றாலும், அதன்மூலம் இருவருமே நன்றாகப் படிப்பார்கள், முன்பைவிட அதிக மதிப்பெண்களை வாங்குவார்கள். ஆகவே, அந்தச் ஆரோக்கியமான போட்டியை ஊக்குவிக்கலாம்.

அதுபோல, சர்வதேச அளவில் இரு நாடுகள் மோதிக்கொண்டன, அவர்களுடைய மோதலால், நமக்கு நன்மை ஏற்பட்டது!

'மோதல்' என்றவுடன் உலகப்போரை நினைத்துவிடாதீர்கள். அது வேறு விஷயம், இது கொஞ்சம் வித்தியாசமான மோதல், அறிவியல் சண்டை!

இந்தச் சண்டைக்குக் காரணம்: விண்வெளிக்கு யார் முதலாவதாகச் செல்வது?

அன்றைக்கு உலகில் இரண்டு மிகப்பெரிய வல்லரசுகள், அமெரிக்காவும் USSR என்று அழைக்கப்பட்ட சோவியத் ரஷ்யாவும். இந்த இருவருக்குமே தாங்கள்தான் முதலாவதாக விண்வெளிக்குச் செல்லவேண்டும் என்று ஆசை.

அதற்குச் சுமார் ஐம்பது வருடங்களுக்குமுன்னால், மனிதன் பறப்பதே பெரிய அதிசயமாக இருந்தது. ஆனால் இப்போது, அதையும் தாண்டி விண்வெளிக்குச் சென்றுவிடவேண்டும் என்று துடித்தான் அவன், அதுதான் அறிவியலின் முன்னேற்றம்!

அமெரிக்கா, ரஷ்யா இடையே இந்த விண்வெளிப் போட்டி பல ஆண்டுகளுக்குத் தொடர்ந்தது. இரு நாடுகளும் ரகசியமாகப் பணத்தைக்கொட்டி விண்வெளி ஆய்வுகளை நடத்தின. இருதரப்பு விஞ்ஞானிகளும் 'அவங்களுக்கு முன்னாடி நாம ஜெயிச்சுடணும்' என்கிற துடிப்புடன் உழைத்தார்கள்.

இந்தப் பந்தயத்தில் வென்றது யார்?

★ 1957: விண்வெளிக்கு முதலாவது செயற்கைக்கோளை அனுப்பியது USSR. அதன் பெயர் 'ஸ்புட்னிக் 1'

★ 1957: விண்வெளிக்குச் சென்ற முதலாவது மிருகம்: லைகா என்கிற நாய், இதுவும் USSR சாதனைதான்

★ 1961: விண்வெளிக்குச் சென்ற முதல் மனிதர்: யூரி ககாரின், இவரும் USSR குடிமகன்தான்

★ 1969: நிலவில் இறங்கிய முதல் மனிதர்கள்: நீல் ஆர்ம்ஸ்ட்ராங், பஜ் ஆல்ட்ரின், இது அமெரிக்காவின் சாதனை

இப்படி இன்னும் பல விஷயங்களைச் சொல்லலாம். பல ஆண்டுகளாக மாறிமாறி அமெரிக்காவும் சோவியத் ரஷ்யாவும் விண்வெளியை அளந்துகொண்டிருந்தன. இவர்களுடைய போட்டியால், ஒட்டுமொத்த அறிவியல் உலகத்துக்கே நன்மை, விண்வெளியைப்பற்றி நமக்குத் தெரியாத பல விஷயங்கள் தெரியவந்தன.

இன்றைக்கும், நாம் விண்வெளியைப்பற்றித் தெரிந்து கொண்டிருப்பது கொஞ்சம்தான், நமக்குத் தெரியாதவைதான் ஏராளம். அவற்றைக் கற்றுக்கொண்டுவிடவேண்டும் என்று இந்தியா உள்படப் பல நாடுகளும் முனைப்போடு தொடர்ந்து போராடிவருகின்றன. அதற்கு அடிப்படை, அன்றைக்கு அமெரிக்காவும் சோவியத் ரஷ்யாவும் கொண்டிருந்த போட்டிதான்.

இப்போது, இந்த விஷயத்தைப் போட்டியாகப் பார்க்கிறவர்கள் குறைந்துவிட்டார்கள். அறிவியலைப் பொறுத்தவரை ஒருவரிடமிருந்து இன்னொருவர் கற்றுக்கொண்டுதான் முன்னேறவேண்டும் என்கிற பாடம் நமக்குப் புரிந்துவிட்டது.

இதன் பலனாக, நம் தலைக்குமேலே விண்வெளியில் பல செயற்கைக்கோள்கள் சுற்றிவருகின்றன. தொலைபேசி போன்ற தகவல் தொடர்பு சாதனங்களில் ஆரம்பித்துத் தொலைக்காட்சி போன்ற பொழுதுபோக்கு விஷயங்கள்வரை பலவற்றுக்கும் இவை துணைபுரிகின்றன. விவசாயிகள் வானிலை அறியவும் மீனவர்கள் எங்கே சென்று மீன்பிடிக்கலாம் என்பதைத் தெரிந்துகொள்வதற்கும் இந்தச் செயற்கைக்கோள்கள் தரும் விவரங்களைப் பயன்படுத்திக்கொள்கிறார்கள்.

இன்னொருபக்கம், கற்பனைக்கெட்டாத வேகத்தில் மக்கள் ஓரிடத்திலிருந்து இன்னோரிடத்துக்குப் பறக்கிறார்கள். இதனால் உலகமே ஒரு புள்ளிக்குள் சுருங்கிவிட்ட நிலைமை. காலையில்

ஒரு நாட்டில் காபி சாப்பிட்டுவிட்டு விமானமேறி, இன்னொரு நாட்டில் மதிய உணவோடு தொழில் பேசிவிட்டு இரவுணவுக்கு வீடு திரும்பிவிடுகிறான் மனிதன்.

சென்னையில் ஒரு சூப்பர் மார்க்கெட்டில் 'தில்லியிலிருந்து வந்த புத்தம்புதிய பனீர்' என்று பெயர்ப்பலகை வைத்திருக்கிறார்கள். 'எப்போது வந்தது?' என்று கேட்டால், 'இன்று காலையில்தான் விமானத்தில் வந்தது' என்கிறார்கள்.

இவை அனைத்தும், ஒரே நூற்றாண்டில் நிகழ்ந்த மாற்றங்கள். ரைட் சகோதரர்கள் காலத்தில் வாழ்ந்த ஒருவரிடம் இதையெல்லாம் யாராவது சொல்லியிருந்தால், 'நல்ல கற்பனை' என்று அவர் விழுந்துவிழுந்து சிரித்திருப்பார்.

ஆனால், அறிவியல் வளர்ச்சியும் மனிதனின் விடாமுயற்சியும் இதையெல்லாம் சாத்தியப்படுத்திவிட்டன. நிஜமாகவே இன்றைக்கு வானம் அவனுடைய கையில் வந்துவிட்டது என்கிற நிலைமை.

அதேசமயம், அத்தனை பெரிய வானத்தில் நமக்கு அகப்பட்டது ஒரு துளிதான். இன்னும் மனிதனின் சிந்தனைக்கெட்டாத தொலைவு எவ்வளவோ இருக்கிறது. அதை நினைக்கும்போது, பெருமிதத்தோடு பணிவும் வரவேண்டும், அதுவே நம்மை மேலும் உயரவைக்கும்!

(நிறைவடைந்தது)

தெளிவான எழுத்தும் ஆழமான ஆய்வும் நிறைந்த நூல்களுக்காகத் தமிழ் வாசகர்களிடையில் நன்கு அறியப்பட்டுள்ள என். சொக்கன் புனைவு, வாழ்க்கை வரலாறு, நிறுவன வரலாறு, தன்னம்பிக்கை, சிறுவர் இலக்கியம் உள்ளிட்ட துறைகளில் இதுவரை எழுபதுக்கும் மேற்பட்ட நூல்கள், நூற்றுக்கணக்கான கதைகள், கட்டுரைகளை எழுதியுள்ளார். விரிவான ஆய்வுகள், சான்றுகளின் அடிப்படையிலான ஆழமான வரலாற்று நூல்களைத் தமிழில் எழுத இயலும், அவற்றைப் பெரும்பான்மை வாசகர்களுக்குக் கொண்டுசேர்க்கவும் இயலும் என்பதைப் பலமுறை நிரூபித்த எழுத்து வகை இவருடையது.

தமிழ், ஆங்கிலம் ஆகிய இரு மொழிகளிலும் எழுதும் சொக்கனுடைய நூல்கள் ஹிந்தி, கன்னடம், மலையாளம் உள்ளிட்ட பல மொழிகளில் மொழிபெயர்ப்பாகியுள்ளன.